आणि असच काहीतरी तिच्यासाठी

D1651968

राहुल अशोक शिंदे

अनुक्रमणिका

अध्याय1

मनोगत

आयुष्याच्या पानांनवर नेहमीच वेगळ्या गोष्टी घडत
असतात, पाहतात ते आपल्याला आणि आपल्याला
घडवतात. या प्रवासात आपल्याला अनेक जणांची सोबत
मिळते. आयुष्यात घडलेल्या प्रत्येक गोष्टीला सामोरे जाणे
अवघड असते, पण जावे लागते कारण आपण त्यापासुन
पळु नाही शकत याचेच नाव आयुष्य असते.
ह्या कवितांच्या दुनियेच्या शब्दात माझी कैफीयत मी
तुम्हाला सांगणार आहे.
माझा आयुष्याच्या प्रवासात मिळालेली साथ आणि सुटलेला
हात हा मी कायमच माझ्या आयुष्यात नेहमीच मी
आठवणीत ठेवणार आहे.
पाहीलेल तिला आणि झालेली मैत्री आणि त्यानंतर झालेला
सुंदर प्रवास आणि एका वळणावर तिने सोडलेला
कायमचाहात या सगळ्यांची कथा मी या माझ्या कवितेतुन
मांडलेली आहे .
वेगवेगळ्या भागात मांडलेली माझी ही कवितेच्या
स्वरुपातली कथा एका वेगळ्याच वळणावर आले, कदाचित
तुमच्या ही जीवनामध्ये ह्या घटना घडल्या असतील.
कवितेतुन मांडताना फक्त शब्दच नाहीतर माझ्या
तिच्याबद्दलच्या भावनाही तसाच शब्दाच्या स्वरुपात
कवितेत मांडल्या आहेत.
" तिलापाहुनझालेलीमैत्रीचीसुरुवात"

ती प्रत्येकाच्या आयुष्यात असते , तिच्या सहवास असताना सार काही जगात काय चालले हे समजत नाही आणि आपण त्याकडे लक्ष ही देत नाही कारण आपले जगच ते असते.

जगाची व्याख्याच आपल्यासाठी बदललेली असते. तिच्याशिवाय जग आणि जगाशिवाय ती आपल्यासाठी नेहमीच प्रथम प्राधान्य असते. कोणाच्या पुढे आणि कोणाच्या नंतर आपल्याला फक्त तिच सुचते आणि ती नाही सुचल्यावर मनाला ही प्रश्न पडतो की ती का नाही सुचते. अजुनही आठवत जेव्हा कधी तिची आठवण येत असे का माहीती तिला ते कसे कळायचे, या Smartphone आणि Internet दुनियेत तिच्यासोबत बोलण हे अलगद होत असे . मैत्रीच्या या प्रवाहात प्रेमाच्या या सागरात सार काही वेगळच असत . अशीच कहाणी या माझ्या आयुष्याच्या कथेची ह्या पहील्या भागाच्या कवितेत मांडलेली आहे

तिला सांगायच होत मला त्यावेळी की तुझासारखी फक्त तुच आहे

आणि असच काहीतरी ...... तिच्यासाठी आहे..........

१) जगण्यालाएकनवीवाटमिळते.....

(अनुभवत्याक्षणाचा)

मी पाहिलेलं तिला आज ही आठवण आहे, होतो त्या रांगेत उभा आणि हळूच नजर एका क्षणात वेगळी कडे गेलेली , कदाचित ती होती एका वेगळ्याच जगाची सगळ्यात गोड परी , सुंदर याचा अर्थ काय असतो हे तिला पाहिल्यावर मला जाणवले होते.

रांगेत पहिल्यांदा उभ राहताना मला खूप आनंद होत होता.
आजच्या दिवस संपावा नको असा वाटत होता. ती
माझ्याजवळ .पाहून हसली सुद्धा होती पण मला बघून का
कोण हसेल याचा प्रश्न आज ही मी तिला विचारलेला नाही
, आणि काही गोष्टी गुपित राहिलेल्याच छान असतात.
आज तिला पाहून अलगद कविता ही रंगली कदाचित
आयुष्याला जगण्याची नवी एक वाट मिळली.

(कवितेचेबोल)

खुप काही बोलावेसे वाटते तिला
खुप काही सांगावेसे वाटते तिला
येते ती समोरून अशी की
काहीच सुचत नसते
तु असताना सोबत एक नवी वाट दिसते ....
अलगद यावे कोणीतरी अशी तु आलेस
काय तुझ्या हस्याचे कारण होते
ते अजूनही नाही कळले
जशी गोडगुंजन तु हसलेली
येते ती समोरून अशी की
काहीच सुचत नसते
तु असताना सोबत एक नवी वाट दिसते ....
संपावे आयुष्य तुझ्यासोबत
निपचित पडावे तुझ्यासोबत
सारं काही तुझं ऐकून
शांतपणे निहारत तुला बसावे
जसं जगातील सगळ्यात सुंदर
माझं स्वप्न आहेस तु
तु येण्याने का माहित नाही आता

जगण्याला नवीन एक वाट मिळते.........

२) तुअसल्याचाभासहोतोसारखा.....

(अनुभवत्याक्षणाचा)

तिला पाहिल्यावर त्या रांगे मध्ये मी तिला रोज पाहत असे , college च्या gate मध्ये entry करताना ती आहे का उभी त्या रांगेत सारखं मी पाहत असे, तिला पाहण्यासाठी मी पुन्हा त्या वेळी मागे गेलेलो आणि पाहिलेलं तिचं तिथे नसण, मन नाराज होत पण नवीन college च्या दुनियेत कोणीतरी आपलसं भेटलेल , आज का माहित नाही मनाला सारखं ती जवळ असल्याचा भास होतो .

मनाला एक नवीन वाटतर भेटलीली आणि ती सुद्धा पण तिचा भास आज ही देतो मला त्रास , त्या आभासीच्या दुनियेत एक नवी जादू होती .ती आहे असं सोबत अस सारखं वाटतं होती. या साऱ्या दुनियेत एक देवाने नवीन जादु ही माझ्यासाठी केली होती.कारण तिला पाहण्यासाठी केलेली त्या गर्दी मध्ये धडपड ही आठवण अजुनही स्वतःला हसवते आणि डोळ्यातुन अलगद पाणी काढते. आज का माहित नाही मनाला सारखं ती जवळ असल्याचा भास होतो .

(कवितेचेबोल)

प्रवाहाच्या वेग ही थांबला होता
त्या गर्दीच्या वेगात
मी तिला शोधत होता
संध्याकाळच्या शांत वाऱ्या सारखी आलीस तु
आज का माहित नाही
तु जवळ असल्याची जाणीव ही झालीस तु ....
मनाला कळलेच नाही

की काय जाणवले त्या गर्दीच्या ठिकाणी
त्याला मी सांगितले
होते माझे तिथे कोणीतरी
संध्याकाळच्या शांत वाऱ्या सारखी आलीस तु
आज का माहित नाही
तु जवळ असल्याची जाणीव ही झालीस तु ....
तो माझा मनाच्या दुःखी किनारा हा सुन्न झाला आहे
तु आज भेटलीस नाही ना त्यामुळे तो ही रागावला आहे
पण तुझा भास आज ही देत आहे मला त्रास
कारण का माहित नाही
या मनाला हवा आहे आता फक्त तुझा सहवास
संध्याकाळच्या शांत वाऱ्या सारखी आलीस तु
आज का माहित नाही
तु जवळ असल्याची जाणीव ही झालीस तु
तु असल्याचा भास हा आता होतो
कोणत्या ही गर्दीत हरवून बसलो तरी
फक्त तु दिसशील याच आशेवर
तुझी वाट बघतो
तु असल्याचा हा भास आता दररोज होतो.........

३) सोबत

(अनुभवत्याक्षणाचा)

मला माहित नव्हते की नशीब इतकं ही खेळते , ज्या
व्यक्तीला गर्दीत शोधत होतो आज ती अचानक
डोळ्यासमोर आले , समोर बसलेली ती आणि तिला पाहता
मी पूर्ण वेळ झालेलो blank काहीच सुचत नव्हते मला
आणि तिचा समोर झालेला तो सारा हा तिच्या भास आज
संपुर्ण भरून निघणार होता .

मला काहीच सुचलं नव्हत तिला पाहुन अस वाटल की
जगातलं सगळ्यात सुंदर अस स्वप्न आज मी माझ्या
डोळ्यासमोर पाहिलं होत. पण मनाने आज गोंधळात सारं
काही निपचित शांतपणे तिला पाहिलं होत.

(कवितेचेबोल)

गोंधळाच्या क्षणात भिजून जावे
आवाज न ऐकता कोणाच्या
निपचितच तुला पाहत बसावे
थांबावे हे जग ही तुझ्यासमोर
सोबत असावी तुझी ही माझ्यासोबत
अंधारलेल्या या जगात माझ्या
प्रकाशाची किरणे आणली आहेस तु
एकता होतो आणि
सावरलेस का ग तु
थांबावे हे जग ही तुझ्यासमोर
सोबत असावी तुझी ही माझ्यासोबत
हेवा वाटेल या प्रेमाला सुद्धा
असे प्रेम करायच आहे तुझ्यावर
दगडाच्या देवाला ही फुटेल पाझर
माझं प्रेम बघून तुझ्यावर
थांबावे हे जग ही तुझ्यासमोर
सोबत असावी तुझी ही माझ्यासोबत
थांबावे हे जग ही तुझ्यासमोर
सोबत असावी तुझी ही माझ्यासोबत
या सोबतीला तु ही अनुभवावे
सांग तुझा प्रीतीला ते ही आता हसावे
सोबत तुझा या जीवाला

एका लहान मुलीप्रमाणे जपावे
थांबले नसेल जग जरी तुझ्या समोर
पण माझे जग मात्र मला तुझ्यात च ते दिसावे.........

४) जादुतिचीतीतिलापहिल्यांदापाहिलेली

(अनुभवत्याक्षणाचा)

तिला पाहताना मला झालेला तो पहिला स्पर्श हा इतका गोड होता की मनाला जादु झाले असे सारखे वाटतं होते. हसताना कधी मी मला स्वतःला असे एकटे राहणे नाही मला जमलेले, ती असावी का इतकी गोड का जादु म्हणावी ती रुजण्याच नवीन स्वरूप च उमगलेल.

मी आज ही त्या Line च्या स्वप्नात रंगतो कारण त्या वेळीचा अनुभव हा वेगळाच सांगतो, ती आलेली बोलायला आणि मी अडखळलो आणि त्या ठिकाणावरून मी पळालो, लिहलेली Diary मध्ये गोष्ट ती आज ही मनात तशीच आहे , हे सारं काही तिला पाहून कवितांना पण शब्द फार बोलत येत म्हणुनच का माहित नाही कवितेत सुद्धा जादु तिची ती तिला पहिल्यांदा पाहिलेली अस शीर्षक येतं.

(कवितेचेबोल)

आरजू काय करणार तूझी
तुझा जवळ कुठे मन आहे
मला रुजेलच अस काही नाही
जशी तुझी जादु पहिल्यांदा झाली आहे......
हसलेले मन माझे मला अजुन ही आठवते
आलेलीस तु बोलायला आणि पळून गेलेलो
मी तुझ्याशी बोलताना घाबरता
जशी जादु तुझी पहिल्यांदा झाली आहे......
काय सांगत होते हृदय माझे

काहीतरी त्याच्याकडून धडकताना
कशी सुटत होती प्रेमाची कहाणी
या माझ्या Diary तून उलगडताना
आलेलीस तु बोलायला आणि पळून गेलेलो
मी तुझ्याशी बोलताना घाबरता
जशी जादु तुझी पहिल्यांदा
तुला पाहताना ....
लपून पाहत होतो तिला
स्वतःच विचारत होतो
ती का हसताना
इतक्या तुफानी वाऱ्यासारखी आलीस
नजरेत धडकी ही भराली
त्यांनाही लागली असणारच तुझी चाहूल
का माहिती तुझ्यात इतकं काही आहे
जो लिहतोय कविता तुझ्यावर हा राहुल
काय जादु तू ने ही केली
हसलीस तर तु पण
माझं मन नेली
जशी पहिल्यांदा जादु तु माझ्यावर हि केली
पाहिलेलं तुला मी पहिल्यांदा त्या क्षणी ....

५) सावली

(अनुभवत्याक्षणाचा)

उभी होती त्या उन्हात पण मी तिच्यासोबत बोलत नव्हतो
, छान होत ते आभाळ पण मी आज त्यावर रुसलो होतो,
कारण तिला त्या उन्हाच्या त्रास हा खूप होत होता तिला ,
जायचे होते मला तिची सावली बनण्यासाठी पण सावरले
स्वतःला तिच्या भोवती असणाऱ्या गर्दीपाशी .

उजाडला होता तो दिवस काय सांगेल तो ही हा तिच्या सेवक , मनाला बांध व्हावा तिच्या आणि सोबत रहावे तिच्यासोबत. सावली बनावी तिची मी आणि रहावे कायमचे सोबत.

(कवितेचेबोल)

नसले जमत त्या वेडीला
सांगावे ना तिने मला
त्या उन्हाला ही शांत राहायला सांगेन
कारण माझ्या झाडाला हे ऊन्ह खूप लागते
आणि सावलीला तिच्या ते नाही आवडते......
उभरताना त्या उन्हाला
या सावलीची permission घ्यावी लागेल
माझ्या झाडाला उन्ह लागेल तर
त्याने गप्प तिकडेच बसावे
कारण माझ्या झाडाला हे ऊन्ह खूप लागते
आणि सावलीला तिच्या ते नाही आवडते......
उन्हाला काय कळते
सावरणे काय असते
सावलीला समजते की रागावणे काय असते
सारं कसं निसर्गाच्या सान्निध्यात होते
त्यानुसार च प्रेमाची स्वप्न ही आता पडते
त्या उन्हाने जळण बंद करावे आता
माझ्या झाडाला हे ऊन्ह खूप लागते
आणि सावलीला तिच्या ते नाही आवडते......
अशीच या झाडाची सावली बनुन रहावे
तिने सांगावे सारं काही
मी निपचित एकावे

असा या सावलीला तिने आयुष्यभर सोबते ठेवावे.....

६) तुझीवाटपाहणंआवडतमला

(अनुभवत्याक्षणाचा)

जसं जसं दिवस सरत होत एक ओढ मनाची , एक आठवण मनाची आणि एक साठवण क्षणाची ही सारी जडण घडण रोजची झालेली. आम्ही मित्र - मैत्रीणी five garden येथे जात असे आणि मला समजले सुध्दा होते की ती येणार आहे. या कल्पनेनेच मला भंडावून सोडले होते.

मी खुप वेळा पाहिलं तिला पण यावेळी पाहणं खूप जवळपास होत ओळख होणार होती आणि सार काही माझं ठरल होत एका movie ला लाजवेल असं मी वागण्याचं प्रयत्न करत होतो पण ती आल्यावर निःशब्द झालेले माझे बोलणे आणि तिची येण्याची मी वाट पाहणे हे मला अजून ही आठवून एका गोड क्षणाची चाहुल ही देते.

(कवितेचेबोल)

ती आल्यावर जवळपास

शब्दच दिसत नाही मला कविता लिहायला

ऋतु येतात फक्त तिला पाहायला

कधी भेट होईल आपली ही कोण जाणेल

पण खर सांगु तुझी वाट बघायला खूप आवडते ....

निःशब्द त्या फुलपाखरांच्या सानिध्यात राहून दे

रुजायला तुझ्यात एक नवे नाव येऊं दे

विरघळतो मी साखरे प्रमाणे तुझा आवाजात

निःशब्द व्हावे लागते तुझा त्या सानिध्यात

कधी भेट होईल आपली ही कोण जाणेल

पण खर सांगु तुझी वाट बघायला खूप आवडते......

तु आलेली समोरून चालत
तेव्हा मनाच्या हलका दरवाजा हास्याच्या उलगडला
नाव ऐकले तेव्हा तुझे
तेव्हा गणपती बाप्पा हा आठवला
कधी भेट होईल आपली ही कोण जाणेल
पण खर सांगु तुझी वाट बघायला खूप आवडते......
त्या वाट बघण्यात एक वेगळीच नशा असते
काय विचारावे तुला ते
विचारण्याची excitement असते
तु तर भेटशिलच
त्यात कोणी येणार नाही
पण खर सांगु तुझी वाट बघायला खूप आवडते......
कारण तु येते याची उत्सुकता
माझ्या चेहऱ्यावर नेहमी जाणवते.......

७) चकोऱ्याचेचांदणे

(अनुभवत्याक्षणाचा)

आज मी तिचे नाव ऐकले आज समोर बसलेली ती खूप काही सांगत होतो मी पहात होतो तिला आणि मध्ये मध्ये तिच्यासोबत बोलण्याचा प्रयत्न करत होतो आणि ती सुध्दा छान पणे बोलत होतो अगदी Barbie Doll ती माझी. रात्री झोपताना मी तिलाच आठवत होतो, तिचा वर कविता करत होतो, सार काही केलं तरी चकोऱ्याच चांदण मला आभाळतच छान दिसत होत म्हणजेच माझ्याजवळ.

(कवितेचेबोल)

आज पुन्हा तिचे स्वप्न आले
तिला शोधण्यास तारे ही आले
आज ही ती माझ्या जवळच आहे

कारण चकोर्याचे चांदणे
आभाळातच छान आहे........
हळुवार ती आलेली जीवनात
खूप काही सांगत होती
माझं लक्ष मात्र तिच्या त्या Doll सारख्या
चेहऱ्याकडे सारखे होते
देवाला एवढंच विचारले
हिला तु कसे बनवले
आज ही ती माझ्या जवळच आहे
कारण चकोर्याचे चांदणे
आभाळातच छान आहे........
लहान मुलांच्या प्रमाणे आहेस तु
गोड गुलाबी थंडी नसून
अलगद ओठावर येणार मधुर अस संगीत आहेस तु
एका चांदण्यांनी चंद्र बिघडला तर काय होते
चकोर्याचे चांदणे
नेहमी आभाळातच छान दिसते........

८) जणुमाझेजीवजाते....तिच्यानावाने

(अनुभवत्याक्षणाचा)

आज ऐकेलेले नाव मी आणि पाहिलेलं तिला मी रूपांनी पण त्या रुपापेक्षा मला तिचा मनाने प्रेमात पाडलेल लहान मुलांसारखे बोलण तिचं सारखं भुळ घालत होत अगदी गोड होती ती त्या क्षणी जो आज ही गोड आहे , माझ्या आयुष्यातल्या कथेची नायिका आहे इतकं कोणी गोड असत का हे अजूनही विश्वास नाही आहे.

तिच्या नाव आज ही घेतल्यावर चेहऱ्यावर अलगद हसु उमटतं आहे जणु काय माहित तिचं नाव न आल्याने

मनाला काही सुचत नाही आहे.
(कवितेचेबोल)
पाठवतो मी पाखरांना तिच्या जवळ
माझा मनातल बोलायला
रसिक अस हसु येत ती जवळ असताना
जेव्हा तुझे नाव तोंडावर येते
जणु माझे हे जीव जाते......
साता जन्माची गाठ बांधत
या मनाला तुझे हास्य भाळते
दूर नको करू तुझ्यापासुन आता
हे सारं या कवितेतून घडते
जेव्हा तुझे नाव तोंडावर येते
जणु माझे हे जीव जाते......
छान वाटतात तिला curly hair तिचे
शोभेल अशी स्वारी ही आपली दिसते
मन हे तुझा कायावर नाही तर मनावर प्रेम करते
जेव्हा तुझे नाव तोंडावर येते
जणु माझे हे जीव जाते......
तु सुध्दा काही कमी नाही
सारखी येते जवळपास
आणि सतवत राहते दिवसासुद्धा फार
जेव्हा जेव्हा तुझे नाव हे येते
जणु माझे हे जीव तुझा प्रेमात जाते.........
९). मन हे माझे लहरुन गेले
(अनुभवत्याक्षणाचा)
माझं college chya वर्गात मी एकटा च एक वेगळं विषय
घेऊन side ला होतो , ती माझ्या बाजूच्या दुसऱ्या वर्गात

होती जेव्हा तिने मला सांगितलेलं की अगोदर मी तुला
मूर्ख समजत होती But नंतर
तुझ्यासोबत राहिल्यावर समजले की
तु किती छान आहेस .
ते बोलण माझ्यासाठी आज ही एक वेगळ्या दुनियेत नेलेली
Feeling ahe. तिने मारलेला हक्काने आवाज मला माझ्या
नावानी आज सार काही आठवत आहे. मन माझे लहरुन
गेले या तिच्या मारलेल्या आवाजाने ही कविता त्या वेळी
सुचलेली आहे.

(कवितेचेबोल)

हवेच्या लहरीने , **निसर्गाच्या सा्निध्याने**
सर्व काही शांतपणे होईल
ओढ लागेल तुझी या मनाला
ही ओढ तुझी आहे
तु अस काय घडवलं आहे माझ्यात
मन माझे लहरुन गेले आहे.........
फुलपाखरू रंगीबिरंगी
येथे चिवचिव करत आहे
काय ओढ लागली तिची
जे आज वेगळ्या धुंदीत आहे
तु अस काय घडवलं आहे माझ्यात
मन माझे लहरुन गेले आहे.........
हृदयाचा पलीकडे निघालेलो
तुझा हसू च राज जाणायला
पाहिलं होत मी तुला
आज मला आवाज देत असताना एक बाळ
तु अस काय घडवलं आहे माझ्यात

मन माझे लहरुन गेले आहे.........
आज ही नजर तुला शोधत आहे
तु आहेस जवळ आणि नाही सुध्दा आहेस
रात्री झोपताना
तुला आज माझी आठवण येणार आहे
तु अस काय घडवलं आहे माझ्यात
हे माझं मन तुला विचारणार आहे.........

१०) इथेथोडावेळलागतो

(अनुभवत्याक्षणाचा)

अनोळखी पासून ते ओळख होण्यासाठी सुध्दा खूप वेळ लागतो .तिचं आणि माझं नातं तसच आहे.अनोळख्या पासून ते मैत्रीच्या प्रवाहाच्या हा क्षण खूप हळुवार पणे जातो.

ना काही सुचत ना काही राहवत मन फक्त तुझा वर विचार करत.इथे लागतो थोडा वेळ प्रत्येक नात्याला कारण त्याच नाव वेळ अस असत.

(कवितेचेबोल)

ना प्रसंग लागतो ना कसले बंध लागतात
जुळतात नाती इथे जीवनाचे
त्याला फक्त वेळ लागतात......
सारखेच आपण ते चेहरे पाहतो
त्या चेहऱ्यात आपला आनंद असतो
त्या आनंदाच्या लहरीत आपण वाया जातो
पण ते वाया जाणं ही आवडत त्या वेळी
कारण त्याच नावच प्रेम अस असत
आणि त्याला थोडे वेळ देणं ही महत्त्वाचं असत........
अनोळखी होतो इथे आम्ही

जिथे नव्याने साथ मिळली
आवाज देते आता मनापासून
पण खरच तिच्या मनातून आला हा सुर
या सुरातून जाणं ही आता आवडत त्या वेळी
कारण त्याच नावच प्रेम अस असत
आणि त्याला थोडे वेळ देणं ही महत्त्वाचं असत..
प्रत्येकाच्या राशीत येतं नसत हे मैत्रीचं प्रेम
सावराव लागत त्याला प्रत्येक क्षणात थेट
अनोळखी होऊन ओळखीचे होण्यातच
एक वेगळीच मज्जा आहे
उलगडतात नाती इथे
पण कायम धागे हे तुटतात
त्याला नीट विणाव लागत
प्रेमाच्या धाग्याने त्या धाग्याचे नावच असत वेळ
इथे थोडा वेळ लागतो
आणि मग सार काही शांत होत
अनोळखी प्रवास हा आज ओळखीच्या झाला
सावरलं एकमेकांना आणि
मैत्रीच्या नव्वा अध्याय सुरू झालाय.........

११) स्वप्नपाहिलेहोतेतेकधीचे

(अनुभवत्याक्षणाचा)

स्वप्नात पडणे हे आपण थांबू शकत नाही आणि सत्याला accept करणे हे देखील आपल्याला लवकर पटत नाही, माझं सुध्दा काही अस झालेलं , काही गोष्टी समजलेल्या पण त्यांना accept करणे तेवढंच अवघड होत. स्वप्नांना आपण आपल्या प्रमाणे पाहू शकतो पण त्यांना सत्यात उतरू आपण आपल्या प्रमाणे कधीच उतरू शकत नाही.

नियतीच्या खेळ हा वेगळाच खेळतो रागाने का होईना तो
हि सावरतो पण कुठे नेवुन सोडावं या सगळया आठवणींना
ते सारखं मन आपल्याशी बोलत असतो , मी पाहिलेलं
तिचं स्वप्न आणि प्रयत्न करत होतो ते पुर्ण करण्यासाठी
पण कुठपर्यंत होईल पूर्ण ही काही शाश्वती मला सुद्धा
देता येत नाहीं

कारण स्वप्न पाहणं आपल्या हातात असल तरी काही
गोष्टींना वेळ हा द्यावाच लागतो.

(कवितेचेबोल)

स्वप्न पाहिले होते ते कधीच
तु येण्याच्या आधीच
विरहावे ते स्वप्न तुझ्यात
पण हरवले ते कधीच.......

नदीच्या प्रवाहा सारखी आलीस तु
येऊनी या किनाऱ्याला धडकलीस
स्वप्न पाहिले होते ते कधीच
तु येण्याच्या आधीच..........

तुझी चाहूल ही लागतच होती
फक्त ती वेळ येण्याची वाट बघत होती
स्वप्न पाहिले होते ते कधीच
तु येण्याच्या आधीच......

उन्हाच्या सावलीला ही गंध फुलतो
तसा माझा स्वप्नांना
तु येण्याचं समजतो
स्वप्न पाहिले होते ते कधीच
तु येण्याच्या आधीच.......

१२) तेजस्वीतुझाचेहरा

(अनुभवत्याक्षणाचा)

पाहिलेलं होत तिला मी तिच्या चेहरा तेजस्वी मला वाटत
होता.

चेहेऱ्यावर समाधानाची बाब होती ती जेव्हा तिला
पाहिल्यावर आसवा वर मला control राहीला नव्हता

कोणाला तरी मी पहिल्यांदा पाहिलेलं आणि झालेल्या त्या
क्षणाला तिच्या सहवासात अलगद होत होता.

तिने ठेवलेले Puff मधली Hair style आज ही मला
आठवते आज ही तिच्या तो photo maja जवळ तसाच
आहे.

तिच्या तो तेजस्वी चेहरा आणि आकाशातले तारे या मध्ये
मला पहिल्यांदा साम्य वाटेल आणि तिच्या तेजस्वी चेहरा
हा अजूनही माझं मनाला सावरतो.

(कवितेचेबोल)

तुझा स्वप्नातून तु मला अलगद उतरावे
जणु पहावे हे तारे
तारे कधी इतके तेजस्वी नसतात
जितके आज तुझे रूप
हे तेजस्वी दिसते......
वाटले नव्हते कधी तु ही अशी येशील
मनाच्या कोपऱ्यात सुरूंग करशील
पडलेलं हे आयुष्य सार
जितकी आज सुंदर तु दिसशील
जितके आज तुझे रूप
हे तेजस्वी दिसते.....
मनाला हरवलेल्या आनंदाची चाहूल होते
तुला डोळे बघून पहावे आणि

कळणार ही नाही तुला असे
स्वप्न ते सावरावे
निरंतर तुझा आठवणीचे
हे शब्द असे लिहावे
दिसतेस तु अशी ही तेजस्वी
आणि काय तेजस्व
तुझे या कवितेतून लिहावे..........

१३) अनोळखीहोतीसतु

(अनुभवत्याक्षणाचा)

आता कुठे आम्ही रोज भेटत होतो, रोजच्या आवारात सावरत दिसत होतो पण मनाला अजुनही तिच्यासोबत बोलायची हिम्मत होत नव्हती कारण अजुनही ही ती अनोळखी होती. जे समजेलेल त्यांचा वरून तर आपण काहीच तिला बोलू शकत नाही पण प्रेम करण आपण ही सोडू ही शकत नाही या प्रवासाची मी ठरवलेली माझी दिशा ही वेगळीच होती .एक तर्फा प्रेमाची ताकद ही काही वेगळीच होती आपण कधी कधी असा नात्याची अपेक्षा करतो जे आपल्याला मिळणे ही कठीण असते पण सावरतो आपण त्यातुन सुध्दा कारण आपला प्रेम हे खर असते. कोणाच्या बद्दल feeling ठेवणे यात काही गैर नव्हत पण कोणाच्या पाठी लागणे याला काहीं अर्थ नव्हत
मी ठरवलेली माझी दिशा ही पुर्णतः काल्पनिक तर होती कारण सत्य accept करून पुढे जाण्याची तयारी मी माझ्या मनातून केली होती अनुभव होता त्या क्षणांचा जेव्हा ती ओळखीची ती तर होती पण मी ठरवलेलं ती माझ्यासाठी अनोळखी होती.

(कवितेचेबोल)

ज्या वळणावर एकटा चालत होतो
तिथे माझे स्वप्न पूर्ण करण्यासाठी
तु ने हाथ पुढे केले
अनोळखी होतीस तु
पण मनाने तुझ्यावर विश्वास केला.......
सतत स्वप्नांना बागेत फिरायला चालत जात असे
हात नव्हता तिच्या हातात पण पायी चालत होते
तु पाहिलेलं होत तिला
एकटाच होतो चालत त्या वळणात
अनोळखी होतीस तु
पण मनाने तुझ्यावर विश्वास केला........
सागरास मोती आणि शिंपले मिळतात
माझा नशिबाला तु मिळाले
गाठ बांधेल का माहित नाही
पण बंध कोणत्या तरी
नात्याचे बांधतील
अनोळखी होतीस तु
पण या मनाने तुझ्यावर विश्वास केला
सावरलं मी स्वतःला आणि
तुझ्या सोबतीला चालायचा निर्णय घेतला
अनोळखी होतीस तु
पण या मनाने तुझ्यावर कायमच विश्वास ठेवला.........
१४) तिलापाहूनपुन्हाजगावेसेवाटते........
(अनुभवत्याक्षणाचा)
रोज आता सकाळी मी लवकर उठत असे college असायचे
दुपारचे पण मी मात्र तिच्यासोबत बोलायला call वर
उत्सुक असायचे .होत असे बोलणे आता वायफळ गप्पा ही

आता खरे वाटायचे ,नाही जमले जरी नाते ते तरी खूप
काही बोलायचे मनातल्या हुंदक्याला तिच्या आवाजाने
उठायचे, सार आता रोजच चालेले मैत्रीच्या या दुनियेत
कोणीतरी आपलसं झालेलं

बाजूच्या वर्ग तिच्या असल्याने सारख तिला पाहण्यासाठी
मुद्दाम मी माझे Lecture bunk करून तिला भेटण्यासाठी
जात असे. तिला ही आवडत नसे lecture bunk करून
माझे हे येणे पण Lecturer che professor ch मला
वर्गात बसुन देत नसे .

अनुभव होता असा तो त्या क्षणाचा जगावेसे वाटले पुन्हा
मला तिला पहिल्यांदा पाहताना.

(कवितेचेबोल)

कधी होते ती पहाट मला समजतच असे
कारण रात्रिशी आता माझं पटत नसे
मनाला ही सुध्दा कधी तिच्याविना करमत नसे
तिला पाहून पुन्हा जगावेसे वाटले.......
तिच्या बोलण्यातच एक वेगळे पणा होता
बोलताना सुध्दा तिला माझा जवळ
मी नसल्याचा भास हा होता
आता पटत नव्हत मला
माझ्यासोबत राहणं
मनाला ही सुध्दा कधी तिच्याविना करमत नसे
तिला पाहून पुन्हा जगावेसे वाटले.......
जरी काही नाही मनाला पटले तरी
तिच्या म्हण्यानुसार ते मनाला पटले
काहीच कळले नव्हते ती
समोरून काय बोलली

वेड लागलेले मनाला तिच्या
जशी पहिल्यांदा तिला मी पाहिलेली
अशा या मनाला सावरले त्या वेडीने
आणि तिला पाहुनी
या मनाला पुन्हा जगावेसे वाटले.......

१५) रूपतुझेत्यानक्षत्रासारखे

(अनुभवत्याक्षणाचा)

दादरच्या नक्षत्र मॉल चा इथे झालेली अचानक भेट काही
वेगळीच होती , ती सुध्दा surprise झाली मला पाहून
तिकडे, होता सोबतीला तिच्या जिवलग पण मी आल्याने
ती सुध्दा विसरली, मी न पाहियासारखं केलेलं पण त्यांना
समोरून अस त्यांनी पाहिलं आणि सुरुवात झाली त्या
नक्षत्राच्या दुनियेची की जिथे आज ती मला नव्याने भेटली
आणि मी शांतपणे सगळं ऐकत होतो तिचं कारण तिला
काही नाही असं बोलणं माझा dictionery मध्ये मी
ठेवलेलच नाही.

(कवितेचेबोल)

कितीही लपवले तरी या मनाला
नशिबाने लपण्याची संधी दिली नाहीं
वर्णन केले तुझ्या रूपाचे त्या क्षणी
जसं रूप तुझे त्या नक्षत्रावानी......
नेहमी वळणावर तुझी वाट
मी पाहत होती
आज नशिबाने का माहित नाही
पण दोघांना पुन्हा मिळवल
वर्णन केले तुझ्या रूपाचे त्या क्षणी
जसं रूप तुझे त्या नक्षत्रावानी......

ऐकावी वाटते तुझी वाणी

हसता हसता यावी तु या जीवनी

बनुन माझा शब्दाची राणी

वाटले नव्हते हाथ थांबुन

आकाशातला चंद्र ही जवळ पाहीन

वर्णन केले तुझ्या रूपाचे त्या क्षणी

जसं रूप तुझे त्या नक्षत्रावानी......

स्पर्श तो तुझा वेड्या मनाला असा झाला

म्हणूनच गार वाऱ्यासारखा

स्पर्श तुझा हाताला झाला

या रूपाला तुझा देवाने कसं बनवलं आहे

वेड लावुनी तुझे या मनाला

आज नक्षत्रा मध्ये तु दिसली आहेस........

१६) हल्लीमनालाएकटकरमतनाही

(अनुभवत्याक्षणाचा)

रोज लागलेली सवय आणि पाहिलेलं ते रोजच तिला आता तसा मला रविवार पण आवडत नव्या कारण तिला ना बघता जगणं हे आता मनाला करमत नव्हता. रोज रोज सोमवार ते शनिवार चाललेला हा प्रवास रविवार मुळे break लागत होता, शक्य होते तेवढेच मी लांब राहणे पसंत करत होतो कारण हळू हळू मी माझ्या मधुन हरवत होतो.

आलेला तिचा त्या रविवार चा phone हा माझासाठी आनंददायी होत होता . आता माझे मन मला सुध्दा ऐकत नव्हत सवय झालेली तिची त्यामुळे अनुभवाचं क्षण मला हल्ली एकट्याला करमत नव्हत.

(कवितेचेबोल)

हल्ली आता काहीच कळत नाही
उधारलेल्या या मनाला
तुझ्याविना करमत नाही
सोबत नसतेस जेव्हा तु त्या रविवारच्या
तेव्हा मनाला एकट्याला करमत नाही.......
शक्य होते तेवढे तुझ्यासाठी केले
वेशनापासून आता दूर होत होतो
एक चांगलीच सवय लागले
सोबत नसतेस जेव्हा तु त्या रविवारच्या
तेव्हा मनाला एकट्याला करमत नाही.......
आता कवितांवर लिहतना
मात्र तु दिसते
नकळत का होईना Sunday la
तुला माझी आठवण येते
तेव्हा मनाला जाणीव ही होते
कोणीतरी काळजी करणार
आपल्या आयुष्यात येते
सोबत नसतेस जेव्हा तु त्या माझ्या
तेव्हा मनाला हल्ली एकट्याला करमत नसते.......

१७) नकळततीत्याक्षणातभेटली
(अनुभवत्याक्षणाचा)

रोज सावरतो होती स्वतःला तिच्या प्रेमात पडताना पण
मनाला ही आता आनंद वाटतं होता ती सोबत असताना
पण कधी मनाने ही त्याची शाश्वती दिली नाही आणि मी
सुद्धा कधी काही म्हंटले नाही.
Verification च्या line मध्ये असताना पुन्हा मी तिला
पाहिलेलं .form भरण्याचा गडबडीत का तिला भेटण्याचा

त्या उत्सुकतेने राहिलेला अर्धा form मी तिच्या गडबडीत तसाच राहिलेला आणि co incidentally का माहीत नाही पण ती पुन्हा भेटली मला त्या verification च्या Line मध्ये. हसलो होतो स्वतः वर आणि घडलेली गोष्ट स्वतःशीच बोलत होतो. जगातली जर सुंदर मुलगी आज मी पाहिली होती आणि तिला पाहताना जगातलं सगळ सोंदर्य आज इथेच संपल होत असे मला तिला पाहिल्यावर सारखं वाटतं होत. त्या क्षणांचा अनुभव हा मला नकळत तिच्यासोबत भेटवला होता .पाहिलं होत मे मला पहिल्यांदा कवितेत तिच्या आठवणींना रमताना.

(कवितेचेबोल)

नकळत ती त्या क्षणात भेटली
पाहिलं नव्हतं कधी तिला त्या ठिकाणी
अशीच घडली ही नशीबाची गाठ ही नवी
काय माहित नाही ती उभी होती तिकडे
नकळत ती त्या क्षणात भेटली........
एकमेकांच्या नजरेला नजर ती मिळाली
कदाचित हास्याची पाकळी तिच्या गालावर ती फुलली
आलो एकमेकांच्या सानिध्यात जेव्हा
लाईनीतून जवल ती आली
नकळत ती त्या क्षणात भेटली........
या वाटेवर चालताना
तिचं ते रूप आज ही विसरलो नाही
खुलली कळी आणि पारिजात लाजली
पहाटे होईल असं ती स्वप्न पाहिलं
ओल्या सांजवेळी सोबतीला तिला मी राहीन
3सावरायला मला ती माझ्याजवळ आली

नकळत ती त्या क्षणात भेटली.........

तिचं ते भेटणं आता रोजच ठरल

हृदयाच्या कोपऱ्यात तिथे एक

तिचं नव घर वसवल होत

अशीच एक दोर तिची आता आयुष्याला बांधली

नकळत ती त्या क्षणात भेटली........

आज तिची आठवण मला आली..........

१८) आसपास

(अनुभवत्याक्षणाचा)

आई होती तिच्या सोबत आणि ती तो अनुभव मला थोडा अवघड जात होता. मी पाहत तर होतो तिला पण नजर कित्येक वेळा तिच्या आई सोबत च होत होती.का माहीत नाही त्यांना समजलं असणार मी पाहत असणार may be त्यामुळे ते माझ्याकडे पाहत होते .पण अजुनही एवढं गोड कोण असत का याचा मला ठावठिकाणा लागत नव्हता .

मी हळू हळू तिच्या बाजुला आलेलो कारण तिच्या form varch नाव मला पहायचं होत but तिने नावावर च हात नेमका ठेवले होता त्यामुळे नाव दिसत नव्हत phkt एवढं समजेल की एक कोणत तरी नाव मोठं आहे , माझ्या अंदाजाप्रमाणे तिचं surname असु शकतं. आता माझी excitement तिच्या बद्दलची अजूनच वाढली होती कारण ती तर होती पण नावाबद्दल ची तालमेल माझ्या मनात कुरकुरत होती , facebook वर wadala search karun साऱ्या मुलीचे profile check करत होतो पण ती भेटली नव्हती, त्या क्षणाच्या अनुभव हा काहीं वेगळा होता कारण या वेळेला ती तर होतो आणि तिची आई पण, पण नाव पाहण्यासाठी आसपास जाणं हा अनुभव आज ही हसण्या

सारखं होता.
(कवितेचेबोल)
जाणीव आज मनाला
वेगळीच लागली होती
लागली होती तिची जाणीव
तिच्या नावाची
आसपास आज तिच्या मी
फेराव तो घातला
होता तिच्या बाजूला तो मायेच्या आधार
म्हणुन तिकडून मी माघार माझा हा घातला....
पण मनाला आणि स्वतःला ही करमेना आता
त्यात नवा विष माझा मनाने तिच्याबद्दल च्या घातला
गोड अशी ती सुंदरी होती
स्पर्श तो तिच्या बोंटाच्या
त्या form la झाला
होता तिच्या बाजूला तो मायेच्या आधार
म्हणुन तिकडून मी माघार माझा हा घातला....
कसं थांबवु त्या क्षणाला
नियतीने वेगळा हल्ला केला
नाव होते कोणते तरी मोठे
पण मनाला आनंद नाही भेटला
होता तिच्या बाजूला तो मायेच्या आधार
म्हणुन तिकडून मी माघार माझा हा घातला....
शेवटी मी हसलो स्वतःवर च
इतका गोंगाट मी माझा
पहिल्यांदा केला
असे वाटले होते

सगळे सोंदर्या ओतले त्या देवाने
या माझ्या परी मध्ये
तेव्हा कुठे मला इकडे थांबवला
आसपास होते खुप सोबती तिच्या
तरी मला फक्त आम्ही दोघच असल्याचा भास झाला
आसपास तिच्या मला मी असल्याचा भास झाला.......

१९) सुखाचीश्रावणी

(अनुभवत्याक्षणाचा)

जेव्हा जेव्हा आता मनाला तिची आठवण येत असते तेव्हा तेव्हा मन सुखाचे क्षण शोधत असे. ज्या गोष्टी साठी धावपळ केलेली आज ती गोष्ट समजली होती, वेळ, काळ , आणी झालेलं admission ya बद्दल जितका हेवा मला कधी वाटला नव्हता तितका आनंद हा मला तिचा नावं कळल होत तेव्हा झालेला. गोष्टी जेव्हां आपल्या मनासारख्या घडत असतात तेव्हा काही ना काही गोष्ट घडते, आयुष्याच्या प्रवासात देखील तसच आहे मला एक गोष्ट आनंदाची समजेलेली आणि एक गोष्ट खुपचं दुःखाची , पण माझ्या आनंदावर इतका लगेच दुःखाच सावट येईल मी कधीच विचार केला नव्हता , पण त्या गोष्टींची भीती मनात केव्हा नव्हती किंबहुना तसा कधी तिच्या बद्दल विचार केला नाही .पण सत्य नेहमी कटू असतं ह्याचा अनुभव त्या क्षणाला मला आला आणि मन नाराज झाल होत. ती सुखाची श्रावणी ही नेहमीच एक वेगळा अनुभव देत होती.

(कवितेचेबोल)

काळ केव्हाच आपल्याला
जास्त ही आनंदित ठेवत नाही

नेहमीचं उब देतो थोड्या त्या दुःखाची
पण सुखाची श्रावणी मिळत तिच्या हास्या मध्ये
जेव्हा मिळत आपल्याला कोण आपल्यासंवे...........
सावरत मन स्वतःला
एक ही शब्द नाही बोलत तिला
शोधत तो एकतर्फी प्रेमाच्या आनंद
पण कधी सांगत नाही तिला
पण सुखाची श्रावणी मिळत तिच्या हास्या मध्ये
जेव्हा मिळत आपल्याला कोण आपल्यासंवे.........
प्रेमाला सोबत राहणं
फक्त लागतं नाही
जवळ असुन मी तिच्या
तिला माझ्या प्रेमाच्या थांगपत्ता लागत नाहीं
सावरतो मी एकटाच स्वतःला
तिच्या जवळ असुनही स्वतःला
पण सुखाची श्रावणी मिळत तिच्या हास्या मध्ये
जेव्हा मिळत आपल्याला कोण आपल्यासंवे.........
घेतल मनाने समजुन स्वतःला
Accept केलं त्या परिस्थितीला
केली commitment स्वतःशीच मनाने
सावरू हिला आपल्या आयुष्या प्रमाणे
मिळते सुखाची श्रावणी तिचा हास्या मध्ये
काय पाहिजे तुला अजुन स्वतः ला
सते माझ्या सोबत चालताना मिळते हास्याची श्रावणी
स्वतःला........
सावरले मला तिने मी तिच्या सोबत असताना......
२०) उगाचचकामन

(अनुभवत्याक्षणाचा)

सगळ समजल्यावर माझ्याकडे दुसर काही मार्ग नव्हता
कारण तिच्या आनंद हिरावून घेण्याचा काही हेतु
नव्हता.प्रेम एकतर्फी होत आणि ते कायमच मनात बंद
करण्याचा निर्णय घेतला होता. फक्त स्वतः सोबत एवढं
promise केल होत की अश्रु काय असतात हे तिला न
दाखवण्याचा निर्णय घेतला होता आणि आयुष्यभर जपणार
ह्या commitment वर हा माझ्या जीव तिच्यावर
होता.उगाचच का मनाने नाहीतर आपणहून तिची काळजी
करण्याचा निर्णय घेतला होता. आज ही आठवत group
मधुन तिला नेहमी सिध्दीविनायक मंदिरात नेत असे . मी
स्वतःला कधीच देवाला न मानणारा मी त्याचा जवळ जातं
असे आणि खूप वेळा देवसोबत हिला जे हवय ते भेटाव
यासाठी धावपळ करत असे त्याचा मंदिरात. आज ही कधी
त्याच्या जवळ गेलो तर आज ही तिच्यासाठी आपसूकच
मनातुन तिच्यासाठी काहीतरी नक्कीच मागतो .हा अनुभव
माझासाठी नेहमीच एका कोपऱ्यात कायमचा चालत राहील.

उगाचच का मन
तुला त्या देवाकडे मागत
कधी गेलो नव्हतो त्याचा दारात
आज तो ही मला पाहून
स्वतःचा डोक्याला हात तो लावतो......
मागतो जेव्हा देवाकडे तुला
सावरत नाही मी तेव्हा
देव विचारतो मला
एका मुलीने तुझ्यात इतका बदल कसा केला
आज तो ही मला पाहून

स्वतच्या डोक्याला हात तो लावतो.......
ऐकेलल लहान पणी
बाप्पा सार काही देतो मागितल्या वरी
आवडत तुला मागण त्या देवाकडे
म्हणुन नेतो दर महिना तुला तिकडे
पाहून मला तो खरच बाप्पा
विचारात पडतो
स्वतःच्या डोक्याला तो हात लावतो......
मी सांगितले देवाला
येतो तुझ्याकडे
फक्त तिच्या आनंद मागायला
लागतो वेळ मला
तिला तुझ्याकडे मागताना
कारण तु तरी कुठे देतो सहज काही मला
शेवटी आणल च ना मला तुझ्या दारात
ती सोबत असताना
उगाचच का मन म्हणत मला
काहीतरी वेगळ घडतय आहे आपल्या आयुष्यात.

२१) पाहिलेहोतेतेव्हाअसेकाही
(अनुभवत्याक्षणाचा)

कधी न विसरणारा तो दिवस आज ही आठवतो pink
आणि purple colour कधीच नव्हता favorite तो आज
favourite झाला होता, कारण त्याला फक्त इतकंच होत
की त्या outfit मध्ये मी तिला प्रथमच पाहिल होत.
तेव्हा कधीच मी pink आणि purple colour चे कपडे
माझासाठी तरी घेतले नव्हते पण तिला impress
करण्यासाठी अजुनही आठवत घरून fees che पैसे

gheun fees भरल्यानंतर मी ते दोन T-shirt घेतले होते आणि आठवड्या दोन दा का होईना ते t-shirt मी घालत असे . सगळ्यांना वाटतं असे की तो माझा favourite colour आहे पण ते colour आयुष्यात नवी आशा घेऊन आले होते आणि पाहिले होते तेव्हा तिला त्या pink आणि purple colour मध्ये जे तिचे photos माझ्याकडे अजुनही ही आहे. हे अजुनही तिला माहीत नाही या रंगा मधली तिची जादु काय होती ती.

(कवितेचेबोल)

पाहिले जेव्हा एक सुंदरस रूप लाबुंनच
तेव्हा जाणवलं त्या वेडीच खुळ
Pink colour मध्ये होती ती
पण कसं सांगु
कोणत्या कोपऱ्यात लपली होती ती........
दुसरच तिच्या मनात चाललं होत
काहीतरी विचारात होती ती
हसऱ्या चेहऱ्याकडे रुसली ती
कदाचित गर्दीच्या
तिला कंटाळा आला होता
पण कसं सांगु
कोणत्या कोपऱ्यात लपली होती ती......
काही दिवसांनी मी तिला पुन्हा पाहिलं
Purple colour च्या
सानिध्यात लपली होती ती
फुलपाखरू उडायचं सोडून
तिच्या चहू बाजू फिरत होता
डोळ्यातुन काहितरी बोलत होती ती

कोणत्या कोपऱ्यात लपली होती ती......
आता सार काही impress करण्यासाठी करत होतो
तिचं लक्ष आपल्याकडे जावं
त्यासाठी वेगळीच धावपळ करत होतो
वाचवलेले पैसे काहीही न विचार करता
तिला जे आवडते तस राहण्यासाठी करत होतो
सारा हा हास्याचा खेळ पाहून
स्वतःचं हसत होतो
घडल असं काही त्या दिवशी की
कोपऱ्यात लपलेली ती
आता जवळ जाण्याच्या
तिच्या एक धाडस होत होत.......

२२) इतकुशी

(अनुभवत्याक्षणाचा)

सार खूप आता छान चालेल एकमेकांना ओळखू लागलो
होतो सावरत होतो एकमेकांना हसवत होतो त्या सुखाला
पण सुख जास्त दिवस नव्हत कारण आज तिचं हसु
कोणीतरी हरवल होत.

खूप काही केल्यानंतर तिचं हसु गालावर आल होत
पण मन सारख स्वतःला विचारत होत की आज या चांदणी
ला कोणाची नजर लागली होती.

इतकुशी परी माझी ती तिला हसवण्यासाठी सार काही त्या
दिवशी केल होत.

(कवितेचे बोल)

तुझं काहीच नाही माझ्याकडे
तरी तू आहेस चोहीकडे
बोलण तुझं मनाला ही समजत नसत

इतकुशी तु आहेस तु
कसं सांभाळू तुला की मला
हेच समजत नसत......
विचारले मी या मनाला
हे काही वेगळंच नाही ना
बाहेरून हसणार हे रूप
पण यात काही लपल नाही ना
इतकुशी तु आहेस तु
कसं सांभाळू तुला की मला
हेच समजत नसत......
माहित आहे मन तुझं
कोणत्या तरी गोष्टीने नाराज आहे
घडल असेल काही जी तूझी smile
आज दिसत नाही आहे
आर्णेन एकदिवस तुझा आनंदात
तुझा तो हक्काचा क्षण
ज्याची तु आतुरतेने वाट पाहत आहे
हीच माझी commitment
तूझ्या आयुष्यात इतकुशी आहे......

२३) वेडी आहेस का
(अनुभव त्या क्षणाचा)

इतकं काही लोकांचं बोलण माझ्यासाठी तितकं कधी महत्त्वाचं नव्हतच कारण तिच्या एका smile साठी आणि त्या आनंदासाठी मी काहीही अजुनही करू शकतो.. आठवतो मला आज ही तो क्षण आमिर खान च्या सत्यमेव जयते च्या कार्यक्रमामध्ये जे गाणं होत o ri chiraya या गाण्या वरून झालेला तिच्या आणि इतर मित्र मैत्रिणीच्या

वादविवाद हा हास्यास्पद होता तिच्यासाठी ते गाणं एका
सिनेमा मधल होत पण साऱ्यांना माहित होत ते त्या
कार्यक्रमामधल आहे पण साऱ्यांनी घेराव घातल्या नंतर
तिकडे मी आलेलो आणि त्यानंतर तिचं माझ्याजवळ येऊन
त्या argument ch final answer काय आहे हे जाणन
तिच्या respect साठी खुप महत्वाचं होत
मला ही माहीत होत ते गाणं सिनेमा मधल नाही पण
तिच्यासाठी ते गाणं मी सिनेमा मधल च आहे असं त्यांना
सांगितलं. सगळ्यांना अगोदरच माहीत होत की answer
काही तिच्या बाजूनेच असणार पण त्या नंतर तिला एक
सेकंद सुध्दा थांबवल नाही तिकडे आणि ती वेडी मात्र
सगळ्यांना अगदी लहान मुली प्रमाणे चिडवून शेवटी तिला
तिकडून मी थोड लांबच नेल.
हा अनुभव नेहमीच आमच्या दोघांच्या ही आठवणीत
कायम राहेल.
(कवितेचे बोल)
वेडी आहेस का
अस बोलो तरी आपल्यालाच
आपण बोलो अस तिच्यासाठी होत
इतकी मुद्दामून तिची
भीती वाटून घ्यावी अस तिचं मत होत
वेडे समजायचे तिच्यामुळे मलासुद्धा
पण त्या तिच्या मैत्रीसाठी
इतकं काही लोकांचं म्हणणं
माझ्यासाठी महत्वाचं नव्हत.......
वाटायची मला कधी कधी
इतकी तिची काळजी की

ती दिसली नाही की
अख्खं college डोक्यावर घेत असे
वेडे समजायचे तिच्यामुळे मलासुद्धा
पण त्या तिच्या मैत्रीसाठी
इतकं काही लोकांचं म्हणणं
माझ्यासाठी महत्वाचं नव्हत.......
तिच्या त्या गाण्याच्या argument साठी
मला माहित होते ते त्यातलं नव्हतच
पण ती म्हणाले ली ना
मग त्या मध्येच ते गाणं होत
O ri chiriya का असे ना मग ते
तिच्यासाठी सार काही माफ होत
वेडे समजायचे तिच्यामुळे मलासुद्धा
पण त्या तिच्या मैत्रीसाठी
इतकं काही लोकांचं म्हणणं
माझ्यासाठी महत्वाचं नव्हत.......
तिला खुश ठेवण्यासाठी केलेली
स्वतःशी commitment
काहीं अशी पाळत होतो की
तिच्या त्या अश्रूंना कुठे जागा देत नव्हतो
लोक काहीही म्हणू दे मला
पण तिच्या एका हसू साठी
सारं काही करण्याचं ठरवलं होत आणि
इतकं काही लोकांचं बोलण
माझ्यासाठी तितकं कधी महत्त्वाचं नव्हत.......
२४) चुकण आवडतदोघांना
(अनुभवत्याक्षणाचा)

एक दोर आता बांधली होती मैत्रीच्या त्या प्रेमाची अलगद जुळला होता प्रवास आमचा कधी इतका जवळ आला हे ही समजला नाही.

कॉलेज मध्ये असताना लहान असल्या सारखेच दोघं वागत होतो अजुनही आठवत तिच्या साठी स्वतःच्या वर्गातून प्रोफेसर ने मला out म्हणुन सगळ्यांसमोर बाहेर जाण्यासाठी सांगीतले कारण माझं लक्ष सारख तिच्या त्या चिडवण्याकडे होते आणि सारख म्हणत होती की बाहेर ये म्हणून आणि प्रोफेसर ने मला कायमचे बाहेर काढले.

जेव्हा मी विचारले तिला बाहेर आल्यावर काय झाले तर ती म्हणली मला चायनीज भेळ खाण्याची इच्छा झाले आणि त्यासाठी तिने मला नंतरचे lecture ही attend करू दिले नाही. हे चुकीचं होत मला ही माहित होत कारण अभ्यासाकडे तिच्यामुळे माझं नेहमी खूप वेळा दुर्लक्ष होत होत.

पण ते चुकण आवडत होत दोघांना.......
(कवितेचे बोल)
चुकण आवडत दोघांना
कारण तिला ते आवडत म्हणुन
खंबीरपणे उभा असतो हा
तिच्या राहूल
चुकण आवडत दोघांना
कारण सावरतो आम्ही एकमेकांना......
वेड्यागत का होईना
तिच्यासाठी सार काही करायचं
ती हसावी यासाठी
आपण तिच्या आयुष्यातलं

Joker पण व्हाव

चुकण आवडत दोघांना

कारण सावरतो आम्ही एकमेकांना.......

आवडत तिला

ते ते करावं

उन्हात असताना ती

मी तिची सावली बनाव

चुकण आवडत दोघांना

कारण सावरतो आम्ही एकमेकांना.......

माहित नाही किती जवळ आहे सारे काही

पण तिच्यासारखं कोणी नाही

तिने म्हणावं फक्त

ते ते हजर आहे तिच्यासाठी

फक्त तिच्या आसवांना बाहेर येण्याची मुभा नाही

चुकण तिचं सार माफ आहे

कारण तिच्या राहुल तिच्यापाठी

खंबीर पणे कायमचा उभा आहे.......

२५) तुलानभेटतानिघालोआज

(अनुभवत्याक्षणाचा)

आज ती आली नव्हती कॉलेज मध्ये पण तिने हे मला खूप
उशिरा सांगीतले होते. माझं मन रमत नव्हत असे नाही
कारण आयुष्यात तेव्हा दुसरे होते असे काही.पण call वर
बोलण होत होत माझं पण खुप वेळा miss करण ही
चालेल .

मला सारखं भास होत होता आणि सारख तिच्या तोंडातून
तिचं नाव हे दुसऱ्याला बोलवण्या साठी होत असे. सवय
लागलेली तिची नेहमी त्यामुळे सारख आसपास काही कमी

आहे असे वाटायचे.
ती आली समोरुन खोटं बोलली होती बाहेर चाले असं म्हणून काहीं गोष्टी लपवलेल्या तिने का माहित नाही पण ती आलेली सोबत तिच्या प्रियकराला घेऊन.
मन थोड नाराज झाल होत ,त्याला पाहून नाही तर खोटं बोलली म्हणून कारण सारख आसपास माझा मला सारखं काहीं कमी वाटतं होत आणि तिने असं सांगितलं call करून की मी येते थांब तु . सांगितलं असत सार काही तर येण्याची वाट पाहत बसलो नसतो मी ही.पण त्यावेळीं मी तिला भेटलो नाही दुरून पाहिल मी ती येते आणि तिला न भेटता न काहीं बोलता मी तिथून निघून गेलो.

(कवितेचेबोल)

नात बनलेल ते मैत्रीच
कसलीच अपेक्षा नव्हती
त्या मैत्रीत
मग का खोटं बोल तिने आज
बोचल पुन्हा तिचं वागणं हे आज.........
आसपास मी आज
शोधत होतो ग तुला
सांगितलं असत
चालले मी तुझ्यापेक्षा महत्त्वाचा व्यक्तीला भेटायला
थांबवलं नसत मी तुला मी आज
बोचलं पुन्हा तिचं वागणं हे आज .....
भास होत होता सारखा मला तुझा
उचकी ही लागली असेल तुला आज
सारख तोंडात चुकून तुझ नाव येत होत
काय सांगु तुला किती

miss तुला मी आज करत होतो
का खोटं बोलली माझ्याशी आज
बोचलं पुन्हा तिचं वागणं हे आज .....
आला तुझा तो phone त्यावेळी सांगितल तु
मी येते तु थांब
होतो उत्सुक तुला पाहण्यासाठी मी Jaan
पण पाहिल मी तुला त्यासोबत येताना
खर सांगु वाईट नाहीं वाटल
पण तु खोट बोलेल्याच
मनाला खुप लागलं
काय मिळालं तुला खोट बोलुन आज
बोचल पुन्हा आणि निघालो पहिल्यांदा
तुला न भेटता आज..........

२६) रूसलेलो मी तेव्हा

(अनुभव त्या क्षणाचा)

तिला न भेटता मी गेलेलो आणि नंतर तिच्या phone ही मी pick up केला नाहीं अगदी रात्री सुध्दा कारण मनाला तिच्यासोबत बोलायची इच्छा होत नाही.

दुसऱ्या दिवशी तिला न भेटता, न call उचलता मी तसाच माझा class मध्ये बसलो. नेहमीप्रमाणे ती class मध्ये आली आणि विचारायला सुरुवात केली

तिला समजलं होतं का माहित नाही पण ती मला सारख हसवण्याच्या प्रयत्न करत होती . शेवटी मी रागात तिला विचारले काल कुठे होती ते आणि माझा बोलण्याने तिने समजले की मी काल तिला खूप miss केले .

रुसलेलो मी तेव्हा हसुन माझ्यासमोर दोन कान पकडुन तिने तिच्या मधल्या लहान मुलाप्रमाणे मला sorry

'म्हणाली आणि पुन्हा तुझ्या पासून दूर जाणार नाही अस
सांगितले.

(कवितेचेबोल)

खुप वाईट वाटलेल

तिचं अस खोट बोलुन जाणं

मैत्री मध्ये थोडी ना अस कोणी करत

रूसलेलो मी तिच्यावर तेव्हा

पण सावरलं तिने मला रागवताना.....

आली होती जवळ

बोलायला माझ्याशी

उचलत नव्हतो phone मी तिच्या त्या दिवशी

समजलं होत तिला

मी रागावलो तिच्यावर

रूसलेलो मी तिच्यावर तेव्हा

पण सावरलं तिने मला रागवताना.....

शांत बसलो होतो त्या दिवशी

आली आणि छळत होती सारखी

मोठ्या ने रागवून बोलो तिला

होतीस काल kuthe

पाहिल नाही मी आजू बाजुला

कोण होत तेव्हा तिकडे

रूसलेलो मी तिच्यावर तेव्हा

पण सावरलं तिने मला रागवताना.....

तिला समजल होत आता

मी का बोलत नाही तिच्याशी आता

लहान मुलांसारखे दोन हात कानाला पकडले तिने

Sorry म्हणत हसली होती ती त्या वेळेस

म्हणाली मला आता नाहीं जाणार
दूर तुझ्या शिवाय कुठे
रुसण माझं हरवल तिकडच्या तिकडे
हात घट्ट पकडुन नेल तिने मला तिच्यासंवे
असं रुसण माझं सावरलं त्या दिवशी तिने......
रूसलेलो मी तिच्यावर तेव्हा
पण सावरलं तिने मला रागवताना.....

२७) तीमाझीवाटपाहतबसलेलीआहे

(अनुभव त्या क्षणाचा)

पावसाचे दिवस होते रात्री तिच्या call आला आणि
कोणाच्या तरी राग तिने सारा माझ्यावर काढला आणि
phone cut करून switch off केला. ती घटना मी त्या
रात्री लिहून ठेवली. सकाळी तिच्या phone वर sms आला
की Jaan उद्या लवकर ये college ला, पण का हे मी
विचारलं नाही आणि ठीक आहे येतो Jaan असा reply
दिला .

College la पोहचल्यानंतर ती जणू माझी अशी काहीं वाट
पाहत होती की काहितरी घडल आहे रात्री आता याचा
confirm अंदाज मला आला होता.

आली ती माझा जवळ आणि side hug केलं मला
हरवलेली तिची smile सांगत होती मला . विचारले मी
तिला काय झाले माझ्या या Princess ला. चल इथुन ने
म्हणाली मला आणि आजच्या lecture सुध्दा माझा बुडाला
. गेलो आम्हीं तिथून कोणाला न सांगता, wadiya
garden ला विचारले मी तिला आणि सांगितले तिने मला
सारख टोचून बोलते म्हातारी आजी ती मला .

मग समजावले मी तिला किती दिवस तरी ती आहे या धरतीला अस बोलुन तिचं हसणं पहिल्याच प्रयत्नात आले सावरले. खळ खळून हसत होती आता ती आणि huggi करत जान आहेस तु माझा माझ्या पासुन कधीचं दूर जाउ नकोस अस सारख सांगत होती मला.

मी हि सांगितले तिला तो तर मी आहेच माझी तु आणि तुझा मी, सारी दुनिया जरी तुझा विरूद्ध असली तरी मी शेवटपर्यंत सोबत आहे तुझा आणि कायम राहेन अस तिला promise केल होतं तेंव्हा. ते promise आज ही मी पाळतोय.

अनुभव त्या क्षणाचा सांगतो की कोणीतरी माझी वाट पाहतोय.

(कवितेचेबोल)

मागावं ते देवाकडे तरी कमी पडते
तिच्या आनंदाच्या प्रसंगी
मला लांब राहणेच आवडते
पावसाचे दिवस होते ते
College च्या आवारात बसुन
ती माझी आतुरतेने आज वाट बघते...........
घडलेला प्रसंग तिच्या कालच्या रात्री
तो काही तिच्यासाठी छान नव्हता
काहीतरी बोलेली ती म्हातारी आजी तिची
त्याचा सारा राग माझ्यावर काढला होता
पावसाचे दिवस होते ते
College च्या आवारात बसुन
ती माझी आतुरतेने आज वाट बघते...........
Jaan सकाळी लवकर ये

असा sms तिने mobile वर केला होता
त्याला प्रतिकार म्हणुन
हो Jaan येतो असा शांतपणे reply मी केला
पावसाचे दिवस होते ते
College च्या आवारात बसुन
ती माझी आतुरतेने आज वाट बघते...........
दुसऱ्या दिवशी बोलल्या प्रमाणे
भेटायला गेलो होतो
बसली होती आवारात त्या college च्या शांतपणे
पाहिले मी तिच्या डोळ्यात
काल चा सारा राग माझ्यावर काढला होता
त्याबद्दल स्वतच शांत होती
Hugg केल sided मला आणि
येथुन जाउ म्हटल लांब आपण दोघं जरा
पावसाचे दिवस होते ते
College च्या आवारात बसुन
ती माझी आतुरतेने आज वाट बघते.........
कोणाला न कळता आम्ही तिथून दूर गेलो
समजावलं तिला मी किती दिवस आहे आता ती म्हातारी
हे ऐकून छान तिचं हसू निघालं
Sorry म्हंटल मला आणि Hugg केल
नको कधी दूर जाऊ माझ्या पासुन
असं तिने promise माझ्याकडुन घेतला
आहे कायम मी तुझ्यासोबत असा
Promise मी दिला
पावसाचे दिवस होते ते
मक्याचं कणीस खाऊन

तो दिवस खूप छान गेला
सांगितल मी तिला
काळजी करू नकोस
आहे मी कायम तुझ्या सोबतीला.........

२८) बोलेलतिनेखोट

(अनुभवाचेबोल)

नात्याच काय असत ना कधी - कधी ते नात सुध्दा
selfish होत. पण ती नात्याची गरज असणारं अस मी
म्हणणार नाही कारण प्रेमाला स्वतंत्र ठेवलं की नात अगदी
फुलल जात साऱ्यांच मन तस नसत सावराव लागत त्याला
आणि खूप असं जपाव लागत कारण धागा हा विश्वासाचा
का कोणी मोडतो.

नात्यात एका तेव्हा मी सुध्दा होतो तेव्हा ठरलेलं group
मध्ये कि दुसऱ्या दिवशी सिनेमा पाहण्यासाठी जायचं आहे
माझी प्रियसी आणि Jaan हे एकाच class मध्ये होते ,

मे सांगितले तिला की तिला सुध्दा सांग movie
पाहण्यासाठी जायचं आहे त्या बद्दल ती मला हो म्हणाली
सांगते म्हणुन पण मला माहित होते की ही सांगणार नाही
पण तिचं ते न सांगणं मला रूचल काही कारण group च
ठरलेल सगळ्यानी जायचं मग त्यांना का नाही सांगावं या
बद्दल च्या भावना मला पटल्या नाही.

मी call karun विचारले तिला तुला तिने सांगितलं आहे
का काही आज कुठे जायचे आहे आपण सर्वांनी
मला अपेक्षीत उत्तरं होत ते मी तिला म्हणालो की आज
movie ला जायचं आहे तु Direct ये दादर TT ला मी
तुला तिथे receive करतो.

Movie पाहण्यासाठी गेलो असता तिला पाहून सारे जण माझ्यावर चिडले होते अगदी माझी प्रियशी सुध्दा पण मी माझा मतांवर ठाम होतो group आहे तर सर्वांनी येणे हे माझ्या point of view ने बरोबर होत आणि सगळ्यांना तिला पाहून माझ्यावर चिडण हे मला acceptable होत.
Movie च्या सुरुवातीलाच मला खूप काही बोलले होते. ignore करून मी तिला म्हणालो की तु शांतपणे movie पहा बाकीचं घेईन मी सावरून.
movie संपल्यानंतर कोणी आमच्यासोबत बोलत नव्हत एकटाच चाललो होतो मी आली जवळ हात हातात पकडुन , smile करून म्हणाली ती आहे मी अजुन इकडे.
Evening ला सारा राग प्रीयसी ने माझा माझ्यावर सारा लढला आणि निशब्द होतो मी तेव्हा कारणं त्यांचं चीडण हे स्वभाविक होत.

(कवितेचेबोल)

संगळ्याच चीडण माझ्यावर स्वाभाविक होत
पण तिला बोलवन पण माझ्या तत्वात बसत होत
कारण ती सुध्दा group मधील
महत्त्वाची व्यक्ती आहे
संगळ्याच चीडण माझ्यावर तेव्हां स्वाभाविक होत......
कधी कधी नाती ही selfish होत्तात
आपलीच माणसे आपल्याला परक करतात
काही गोष्टी मिळवता येण्याचा गडबडीत
सारं काही हरवून बसतात
संगळ्याच चीडण माझ्यावर तेव्हां स्वाभाविक होत......
Housefull 2 सारखा सिनेमा
मी त्यावेळी फक्त बाहेरून हसत पाहत होतो

आतून हसण माझं त्या बाकीच्या जणांनी
सूनवून मला बंद केलं होत
चुकल नव्हत माझं तेव्हां
फक्त तिच्या येण्याचं ते कारण होत
संगळ्याच चीडण माझ्यावर तेव्हां स्वाभाविक होत......
तिला समजले होते
तिच्यामुळे माझ्यासोबत कोणी बोलत नव्हते
मी म्हणालो तिला बघ तु movie
बाकीचं सगळ मी सावरेन
संगळ्याच चीडण माझ्यावर तेव्हां स्वाभाविक होत......
Movie संपल्यानंतर देखील
कोणी बोलत नव्हत माझासोबत
चालत होतो एकटा तेव्हा हात पकडला तिने
Smile करत ती म्हणाली आहे मी इकडे
Evening ला सर्वांनी ती गेल्यानंतर पुन्हा सूनवल
संगळ्याच चीडण माझ्यावर तेव्हां स्वाभाविक होत.....
पण तिला न सांगता जाणं हे
मला पटत नव्हत.........
२९) दिवसतेपावसाळ्याचे
(अनुभवत्याक्षणाचा)
पावसाचे दिवस होते गणपतीचे सण चालु होते, साऱ्यांचे
ठरलेल खेतवाडी जाण्याचे
सारे गणपती पाहायचे आणि ठरल्या प्रमाणे सगळेजण
भेटलेल्या ठिकाणी भेटले होते
तिथून निघालो आम्ही आणि किस्से एक एक घडत होते
पाहिले .

तिला सांगितले होते मी थोड दूर दूर चाल पण अस
ऐकणारी ती कुठे होती सगळ गणितं च तिने बदल
आणि हसता हसता जवळ आली आणि मुद्दाम हात
पकडुन सोबत चालायला लागली यामध्ये सगळ्यात
हसण्याची गोष्ट ही होती की पाहिलं नव्हत मागे मी तेव्हा
ती उभी होती या साऱ्या हास्याचा
नादात संध्याकाळी माझी चांगलीच बोलणी मला एकायची
होती.
भुक लागली होती तिला त्यासाठी ती माझ्या मागे लागली
होती , Jaan भुक लागले तेव्हा साऱ्यांना मी वडा पावच्या
गाडीवर नेले तिथे साऱ्यांनी parcel घेतले, नंतर मला ही
भुक लागले या कारणांनी मी सुध्दा घेतले parcel घेतले
होते.
खात खात मस्ती चालली होती आणि सगळे आनंदात होते
मी खात असलेला वडा पाव तिला हवा होता मला लागलेली
भुक मला तेंव्हा त्याचा विचार नाही आला, मी देऊन
टाकल तिला आणि परत पाठीमागे आलो आणि परत
नव्याने तिची बोलणी ऐकत राहिलो हा सारा किस्सा घडला
होता त्या दिवशी आणि आठवणीच्या वडा पाव हा मला
नेहमीचं आठवणीत राहीला त्या दिवशी.
(कवितेचेबोल)
दिवस ते पावसाळ्याचे
आठवणीत राहिले त्या दिवशी
सार जमवुन जाता ना
भुक मारिले मी स्वतःचे.........
येण्याचा दिवशी असं काही
किस्से घडले ठावठिकाणा

नाही राहीला त्या व्यक्तीचे
सार जमवुन जाता ना
भुक मारिले मी स्वतःचे.........
मागितले तिने स्वतः हुन खाणे
जे जमले नव्हते ते पुराणे
दिले मी ही आवडीने
त्यात नव्हते काही इतकं नव्याने
सार जमवुन जाता ना
भुक मारिले मी स्वतःचे.........
चालत इतकं करण तिच्यासाठी
पण चुकल होत माझं ही कारणं
एकाला सावरण्यासाठी
दुसऱ्याला दुखवल होत
पण मी हे मुद्दाम नाही केलेलं
तिच्यासाठी करण इतकं मोठं ते नव्हत
पण आठवणीत राहीला वडा पाव
कारण कोणी या कारणामुळे तर
कोणाशी भांडल नव्हत
सार जमवुन जाता ना
भुक मारिले मी स्वतःचे
यात काही मोठं नव्हत.........

३०) तुकोणआहेसमाझी
(अनुभवत्याक्षणाचा)

जवळ जवळ सारे आता होत होते मैत्री झालेली आणि नवा
अध्यायाला सुरुवात झाली होती त्या अध्याया मध्ये
आपल्या कडे फक्त आणि फक्त शांत राहणं आणि
patience ठेवण होत बाकी सार काही जे होइल त्यावर

सोडलं होत काहीच expectation ठेवले नव्हते मी आणि कधी मी देवाला न मानणारा मी आज स्वतः त साठी न मागता तिच्यासाठी मागत होतो आज ही त्या गोष्टी follow करतो..

तिचं ते रूप नक्षत्रा वाणी होत आणि वागणं अगदी लहान मुलांसारखे होते जे कधी काय बोलून जाईल हे तिला ही समजेना. खूप काही घडल होत त्या वर्षी आयुष्याचे दोन वर्ष कधी सरली ते ही समजले नाही आणि कधीच तिला मी विचारले नाही की

तु कोण आहेस माझी.....

तु कोण आहेस माझी......

(कवितेचेबोल)

कधी कळले नव्हते अशी कधी मैत्री ही होईल
कोणी आपलं न होता
त्याला सावरण आपल्याला हे होईल
हरवलेल्या यां उन्हाला
सावरलं सुध्दा तिने
वेगळीच गोष्ट ही झाली
विचारले मी तिला तेव्हा
तु कोण आहेस माझी.......
दोन वर्षे असे निघुन की
काहीच समजल नाही
तु हरवले मी सुद्धा हरवलो
एकमेकांसाठी
दोघं जमलो तेव्हा
एक वेगळी गोष्ट झाली
विचारलं मी तिला तेव्हा

तु कोण आहेस माझी.......
या वर्षभरात खूप काही गोष्टी पाहिल्या
हरवल्या त्या आणि आपण
आठवणीत सापडल्या
एक वेगळीच दुनिया आपली झाली
विचारलं मी तिला तेव्हा
तु कोण आहेस माझी.......
आज या जीवनाच्या वाटेवर
खुप जण आली आणि गेली
कामापुरते होते सारे
पण तु ने कधी
मला चुकीचा वळणावर नेले नाही
असच काहीतरी आयुष्यभर तुझ्यासाठी लिहायचे आहे
विचारल मी तेव्हा तिला
तु कोण आहेस माझी
ती बोली मला
मी जान आहे तुझी ....
असा सारा मैत्रीच्या अध्याय हा घडला त्यात कोणतेच
expectation नव्हते, नाही कोणत्या अपेक्षा
मनातुन कित्येक गोष्ट मनातच ठेवत आणि जे येत होत
ते एकट्या कडेच आठवण म्हणून ठेवत होतो.
कारण कोणतच कारणाने मला तिला लांब करायचं नव्हत.
मी आनंदात होतो आणि मी शांत होतो . जे घडणार होत
त्याला मला face करण अवघड होत पण कोणाला न
सांगता एकट्यात रडण त्यात काहीं गैर नव्हत.
अशा घडला पहिला भाग या मैत्रीच्या ज्यात कसलीच
अपेक्षा नव्हती फक्त निखळ मैत्री होती

आणि असच काहितरी तिच्यासाठी आयुष्यभर करायचं आहे
आणि असच काहितरी तिच्यासाठी आहे.........
भेटलीतीयाभागातमैत्रीच्यादुनियेतपुढच्याभागाततिलाआणिमला
Grazia भेटली......
To be Continue
Chapter II
Poem Turn Into A Story
: - *Rahul Shinde*

.